다문화 감수성 함양을 위한

4개 국어
익힘책

한국·태국·중국·베트남

행;북

머리말

안녕하세요.

이 책은 한국 사회에 다문화 가정이 늘어나고 학교에서 가족 다양성(다문화) 교육이 필요함에 따라 다문화 사업을 진행하던 중 학생들과 태국, 중국, 베트남 문화와 언어에 관심을 가져보자는 취지로 만들어졌습니다. 단순히 타국의 언어를 배워 보는 언어학습 교재라기보다 한국, 태국, 중국, 베트남의 문화를 살펴보며 다양성과 친숙함을 느껴보자는 목적으로 만들어졌습니다. 학생들과 나라별 명절, 운동, 의복, 음식, 노래 등을 탐색하고 관련된 단어와 표현을 찾아 정리하여 네 나라의 비슷하면서도 다른 문화를 소개함과 동시에 각 나라의 독특한 언어들을 적어 보며 친숙함을 느낄 수 있도록 내용을 구성했습니다. 이 책을 통해 많은 독자가 한국, 태국, 중국, 베트남 등 다문화에 관해 관심을 두고 경험하며 커지는 다문화 사회에서 다문화 수용성을 높일 수 있길 기대합니다.

이 책은 한국의 남쪽 완도 고금도라는 섬에 있는 고금고등학교의 학생들과 함께 기획하고 만들었으며 내부 및 외부에서 많은 도움을

주셨습니다. 기획 단계부터 많은 조언과 격려를 아끼지 않았던 정병영 교장선생님, 정선렬 교무부장 선생님, 책을 함께 구성하고 검수해 주신 김인숙 선생님, Kelly Yeoh 선생님, 초당대학교 김송희 선생님, Parichat Intarugsa, Thapanee Wongsawas, 안니사 선생님 감사합니다. 책을 만드는 데 적극 참여해 준 고금고등학교 이중언어 동아리원들과 1학년 학생들(김다은, 손예린, 송우진, 박진우, 오성훈, 윤현정, 장희은, 최준영, 추가현)에게 좋은 추억이 되었길 바라고 자랑스럽다고 말해 주고 싶습니다. 이 책을 만들면서 저도, 저희 학생들도 같이 성장했습니다. 부디 독자분들도 이 책을 통해 흥미로운 문화의 다양성과 각국 언어의 아름다움을 느껴 보시길 바랍니다.

집필진 대표 **나민지**

Korea

Thailand

China

Vietnam

목차

설날
Seolnal

In Korea, the Lunar New Year(Seolnal) is more celebrated than the Solar New Year also known as a New year's day on 1st January. People eat Tteok-guk, a dish made with tteok - small, round pieces of white rice cake boiled in broth, and perform respectful bows to their elders, known as Sebae.

🇰🇷 Korean

한국에서는 양력 설날보다 음력 설날을 더 크게 기념합니다. 사람들은 작고 동그란 하얀 떡을 국물에 넣어 끓인 떡국을 먹고 어른들께 세배를 합니다.

🇹🇭 Thailand

ซอลนัลเป็นวันปีใหม่ของเกาหลีที่มีความสำคัญมากในเกาหลีครอบครัวจะมารวมตัวกัน เพื่อเฉลิมฉลองโดยมักจะทำอาหารพิเศษ เช่น ซุปต๊อก ซึ่งเป็นสัญลักษณ์ของการเริ่มต้นปีใหม่และการมีอายุมากขึ้นอีกปีหนึ่ง และแสดงความเคารพต่อผู้สูงอายุในครอบครัวนอกจากนี้ยังมีการเล่นเกมและกิจกรรมต่างๆ ที่ทำให้วันนั้นเต็มไปด้วยความสนุกสนานมีความอบอุ่นในครอบครัว

🇨🇳 China

春节是韩国最大的节日之一。这天一家人团聚，喝年糕汤，寓意长大一岁。

🇻🇳 Vietnam

Ở Hàn Quốc, Tết âm lịch được tổ chức lớn hơn Tết dương lịch. Mọi người ăn Teokguk(canh bánh gạo) được nấu từ những miếng bánh gạo nhỏ tròn và trắng. Sau đó, thực hiện nghi lễ cúi lạy người lớn tuổi trong gia đình.

 **Happy New Year!**

새해 복 많이 받으세요!
Saehae Bok Manhi Badeuseyo

새해 복 많이 받으세요!	새해 복 많이 받으세요!
새해 복 많이 받으세요!	새해 복 많이 받으세요!
새해 복 많이 받으세요!	새해 복 많이 받으세요!
새해 복 많이 받으세요!	새해 복 많이 받으세요!
새해 복 많이 받으세요!	새해 복 많이 받으세요!
새해 복 많이 받으세요!	새해 복 많이 받으세요!
새해 복 많이 받으세요!	새해 복 많이 받으세요!
새해 복 많이 받으세요!	새해 복 많이 받으세요!
새해 복 많이 받으세요!	새해 복 많이 받으세요!

สงกรานต์

Songkran

Songkran Festival is Thailand's New Year celebration. It is in mid-April. People splash each other with water in the street wishing good luck.

🇰🇷 Korean

송끄란 축제는 4월 중순에 열리는 태국의 새해맞이 행사입니다. 이날 태국 사람들은 거리에 나와 서로의 행운을 빌며 물놀이하는 것으로 유명합니다.

🇹🇭 Thailand

เทศกาลสงกรานต์เป็นการเฉลิมฉลองปีใหม่ของประเทศไทยซึ่งจัดขึ้นในช่วงกลางเดือนเมษายน ผู้คนสาดน้ำใส่กันบนถนนเพื่ออวยพรให้โชคดี

⭐ China

泼水节是泰国的新年庆祝活动。进行在四月中旬。人们在街上互相泼水，祈求好运。

⭐ Vietnam

Lễ hội Songkran là lễ hội mừng năm mới của Thái Lan, diễn ra vào giữa tháng Tư. Vào ngày này, người Thái thường ra đường cầu chúc may mắn cho nhau và chơi trò té nước

Happy New Year!

สวัสดีปีใหม่ไทย.

Šwạšdī pī h̄ım̀ thịy

สวัสดีปีใหม่ไทย.   สวัสดีปีใหม่ไทย.

สวัสดีปีใหม่ไทย.   สวัสดีปีใหม่ไทย.

สวัสดีปีใหม่ไทย.   สวัสดีปีใหม่ไทย.

สวัสดีปีใหม่ไทย.   สวัสดีปีใหม่ไทย.

สวัสดีปีใหม่ไทย.   สวัสดีปีใหม่ไทย.

สวัสดีปีใหม่ไทย.   สวัสดีปีใหม่ไทย.

สวัสดีปีใหม่ไทย.   สวัสดีปีใหม่ไทย.

สวัสดีปีใหม่ไทย.   สวัสดีปีใหม่ไทย.

สวัสดีปีใหม่ไทย.   สวัสดีปีใหม่ไทย.

春节
Chūnjié

The Chines Lunar New Year is celebrated in a similar way to Korea. Many people return to their hometowns and spend the holidays with their family. The young give New Year's greetings to family members and relatives, and the elderly give New Year's money in red envelopes to children.

Korean

음력 설인 춘절은 한국과 비슷합니다. 많은 사람들은 고향으로 돌아가 가족과 함께 명절을 보냅니다. 가족이나 친척에게 세배를 드리고 어른들은 아이들에게 빨간 봉투에 담은 세뱃돈을 줍니다.

Thailand

วันไหว้พระจันทร์เป็นหยุดปีใหม่ทางจันทรคติของจีนที่คล้ายกับเกาหลี หลายๆคนกลับบ้านเกิดและใช้เวลาช่วงวันหยุดด้วยกันมีการส่งคำอวยพรปีใหม่ให้กับสมาชิกในครอบครัวและญาติส่วนผู้ใหญ่ก็มอบเงินปีใหม่เป็นซองแดงให้กับเด็กๆ

China

中国的农历第一天叫做春节、这跟韩国相似。许多人回到家乡，与家人一起度过假期。 年轻人给家人、亲戚拜年，老人给孩子们压岁钱。

Vietnam

Tết Âm lịch hay còn gọi là Xuân Tiết, cũng giống như ở Hàn Quốc nhiều người trở về quê hương đón tết cùng gia đình. Họ chúc Tết họ hàng và người thân trong gia đình, người lớn sẽ trao phong bao lì xì màu đỏ cho trẻ em.

 **Happy New Year!**

 China

新年快乐!
xīnniánkuàilè

新年快乐	新年快乐
新年快乐	新年快乐
新年快乐	新年快乐
新年快乐	新年快乐
新年快乐	新年快乐
新年快乐	新年快乐
新年快乐	新年快乐
新年快乐	新年快乐
新年快乐	新年快乐

Tết Nguyên Đán
Tet

The Vietnamese celebrate Lunar New Year holiday for around a week. So many people visit their hometown or travel and stores are often closed.

🇰🇷 Korean

베트남 사람들은 일주일 정도 음력 설을 기념합니다. 많은 사람들이 고향으로 이동하거나 여행하고 상점들은 문을 닫습니다.

🇹🇭 Thailand

ชาวเวียดนามเฉลิมฉลองวันหยุดปีใหม่ทางจันทรคติเป็นเวลาประมาณหนึ่งสัปดาห์ ผู้คนจำนวนมากจะกลับไปบ้านเกิดหรือท่องเที่ยว และร้านค้าส่วนใหญ่ก็จะปิด

🇨🇳 China

越南人庆祝农历年大约一周。很多人回到家乡或旅行，商店都在关门，跟家人团聚。

⭐ Vietnam

Người Việt Nam thường ăn tết Nguyên Đán trong khoảng một tuần, Nhiều người sẽ trở về quê hương hoặc đi du lịch, các cửa hàng sẽ đóng cửa ngừng buôn bán.

 **Happy New Year!**

Chúc mừng năm mới!
chook moong nahm moi

Chúc mừng năm mới!	Chúc mừng năm mới!
Chúc mừng năm mới!	Chúc mừng năm mới!
Chúc mừng năm mới!	Chúc mừng năm mới!
Chúc mừng năm mới!	Chúc mừng năm mới!
Chúc mừng năm mới!	Chúc mừng năm mới!
Chúc mừng năm mới!	Chúc mừng năm mới!
Chúc mừng năm mới!	Chúc mừng năm mới!
Chúc mừng năm mới!	Chúc mừng năm mới!
Chúc mừng năm mới!	Chúc mừng năm mới!

태권도
Taekwondo

Taekwondo is a Korean martial art based on kicks. It is mainly to subdue the opponent using hands, feet, and other body parts effectively.

Korean

태권도는 발차기를 기본으로 하는 한국의 무술입니다. 주로 손, 발, 그리고 다른 신체를 사용하여 상대를 효과적으로 제압하는 것을 목적으로 합니다.

Thailand

เทควันโดเป็นศิลปะการต่อสู้แบบเกาหลีที่ใช้การเตะ ส่วนใหญ่จะปราบคู่ต่อสู้โดยใช้มือ เท้า และส่วนอื่นๆ ของร่างกายอย่างมีประสิทธิภาพ

China

跆拳道是一种以踢腿为主的韩国武术。主要是利用手、脚等身体部位有效制服对手。

Vietnam

Taekwondo là môn võ thuật của Hàn Quốc, dựa trên những kỹ thuật đá chân làm nền tảng. Môn võ này chủ yếu sử dụng tay, chân và các bộ phận khác trên cơ thể để hạ gục đối thủ một cách hiệu quả.

WHICH SPORT DO YOU LIKE?

어떤 운동 좋아해요?

Eotteon Undong Joh-ahaeyo?

어떤 운동 좋아해요?   어떤 운동 좋아해요?

어떤 운동 좋아해요?   어떤 운동 좋아해요?

어떤 운동 좋아해요?   어떤 운동 좋아해요?

어떤 운동 좋아해요?   어떤 운동 좋아해요?

어떤 운동 좋아해요?   어떤 운동 좋아해요?

어떤 운동 좋아해요?   어떤 운동 좋아해요?

어떤 운동 좋아해요?   어떤 운동 좋아해요?

어떤 운동 좋아해요?   어떤 운동 좋아해요?

어떤 운동 좋아해요?   어떤 운동 좋아해요?

มวยไทย
Muay Thai

Thai boxing, or Muay Thai is a traditional martial art from Thailand known for its striking techniques and rich cultural heritage. It utilizes punches, kicks, elbows, and knee strikes, often referred to as the "Art of Eight Limbs."

Korean

타이 복싱 또는 무에타이는 놀라운 기술과 풍부한 문화유산으로 유명한 태국 전통 무술입니다. 펀치, 킥, 팔꿈치, 무릎 타격 등을 활용하는 기술로, 종종 "팔지 기술"이라고 불립니다.

Thailand

มวยไทยเป็นศิลปะการต่อสู้ดั้งเดิมของประเทศไทย โดดเด่นในเทคนิคการใช้หมัด เท้า เข่า และ ศอก ซึ่งเรียกว่า "ศิลปะแห่งแขนขาทั้งแปด" เนื่องจากใช้อวัยวะหลายส่วนในการโจมตีอย่างมีประสิทธิภาพ ถือเป็นศิลปะป้องกันตัวที่มีเอกลักษณ์เฉพาะและมีมรดกทางวัฒนธรรมยาวนานของไทย

China

泰国拳术或泰拳是泰国的传统武术，以其惊人的技术和丰富的文化遗产而闻名。它利用拳、踢、肘和膝的攻击，通常被称为"八肢艺术"。

Vietnam

Quyền anh Thái, hay Muay Thái là môn võ thuật truyền thống của Thái Lan được biết đến với các kỹ thuật tấn công và là di sản văn hóa quốc gia. Môn võ thuật này sử dụng các đòn đấm, đá, cùi chỏ và đầu gối, nên thường được gọi là "Nghệ thuật tám chi".

WHICH SPORT DO YOU LIKE?

 Thailand

คุณชอบออกกำลังกายแบบไหน

Khuṇ chxb xxk kảlạng kāy bæb ḥịn?

คุณชอบกีฬาประเภทไหน	คุณชอบกีฬาประเภทไหน
คุณชอบกีฬาประเภทไหน	คุณชอบกีฬาประเภทไหน
คุณชอบกีฬาประเภทไหน	คุณชอบกีฬาประเภทไหน
คุณชอบกีฬาประเภทไหน	คุณชอบกีฬาประเภทไหน
คุณชอบกีฬาประเภทไหน	คุณชอบกีฬาประเภทไหน
คุณชอบกีฬาประเภทไหน	คุณชอบกีฬาประเภทไหน
คุณชอบกีฬาประเภทไหน	คุณชอบกีฬาประเภทไหน
คุณชอบกีฬาประเภทไหน	คุณชอบกีฬาประเภทไหน
คุณชอบกีฬาประเภทไหน	คุณชอบกีฬาประเภทไหน

功夫
Gōng Fu

Kung Fu is an individual martial art that emphasizes mental concentration and self-discipline. People of all ages can practice Kung fu to maintain their health.

Korean

쿵후는 정신 집중과 자기 수양을 중시하는 개인 무술이며, 남녀노소 건강을 유지하기 위해 배우기도 합니다.

Thailand

กังฟูเป็นศิลปะการต่อสู้เฉพาะบุคคลที่เน้นสมาธิและความมีวินัยในตนเอง ผู้คนทุกวัยฝึกกังฟูเพื่อรักษาสุขภาพของตนเอง

China

功夫是一种强调精神集中和自我修养的个人武术。也是为了维持自己的身体健康不分男女老少学习的。

Vietnam

Kung Fu là một môn võ thuật cá nhân chú trọng đến sự tập trung tinh thần và rèn luyện bản thân. Được nhiều người ở mọi lứa tuổi rèn luyện để duy trì sức khỏe.

你喜欢什么运动？

Nǐ xǐhuān shénme yùndòng?

你喜欢什么运动？　你喜欢什么运动？

你喜欢什么运动？　你喜欢什么运动？

你喜欢什么运动？　你喜欢什么运动？

你喜欢什么运动？　你喜欢什么运动？

你喜欢什么运动？　你喜欢什么运动？

你喜欢什么运动？　你喜欢什么运动？

你喜欢什么运动？　你喜欢什么运动？

你喜欢什么运动？　你喜欢什么运动？

你喜欢什么运动？　你喜欢什么运动？

Đá Cầu
Da Cau

Da cau, or foot badminton, is Vietnam's national sport played by almost all the children. More than two people stand in a ring and kick the shuttlecock between them.

🇰🇷 Korean

다꺼우는 발로하는 배드민턴으로 베트남의 거의 모든 아이들이 즐기는 국민 스포츠입니다. 두 명 이상의 사람이 원형으로 서서 제기를 넘기는 놀이입니다.

🇹🇭 Thailand

Da Cau หรือ "แบดมินตันเท้า" เป็นกีฬาประจำชาติของเวียดนาม ที่เด็กเกือบทุกคนเล่น โดยมีผู้เล่นมากกว่าสองคนยืนอยู่ในสังเวียนและเตะลูกขนไก่ส่งต่อกัน ถือเป็นกีฬาที่เน้นการควบคุมและความคล่องแคล่ว

⭐ China

Da cau，即足羽毛球，是越南的国球，几乎所有的孩子都参加。两个以上的人站成一个圈，在他们之间踢毽子。

⭐ Vietnam

Đá cầu, hay cầu lông chân, là môn thể thao quốc dân của Việt Nam được chơi bằng chân và được hầu hết trẻ em chơi. Trò chơi này cần có ít nhất hai người trở lên đứng thành vòng tròn và chuyền cầu cho nhau.

WHICH SPORT DO YOU LIKE?

 Vietnam

Bạn thích môn thể thao nào?

Bạn thích môn thể thao nào?	Bạn thích môn thể thao nào?
Bạn thích môn thể thao nào?	Bạn thích môn thể thao nào?
Bạn thích môn thể thao nào?	Bạn thích môn thể thao nào?
Bạn thích môn thể thao nào?	Bạn thích môn thể thao nào?
Bạn thích môn thể thao nào?	Bạn thích môn thể thao nào?
Bạn thích môn thể thao nào?	Bạn thích môn thể thao nào?
Bạn thích môn thể thao nào?	Bạn thích môn thể thao nào?
Bạn thích môn thể thao nào?	Bạn thích môn thể thao nào?
Bạn thích môn thể thao nào?	Bạn thích môn thể thao nào?

한복
Hanbok

The hanbok is traditional clothing of the Korean people. Hanbok is commonly worn by Koreans during major holidays, baby's first birthdays, and weddings.

🔘 Korean

한복은 한국의 전통 의상입니다. 한복은 주요 명절, 아이의 첫돌, 결혼식에서 주로 입습니다.

⚫ Thailand

ฮันบกเป็นเสื้อผ้าแบบดั้งเดิมของชาวเกาหลีโดยทั่วไปแล้วชาวเกาหลีจะสวมชุดฮันบกในวันสำคัญต่างๆ เช่น วันเกิดปีแรกของเด็ก และงานแต่งงาน

⭐ China

韩服是大韩民国的传统服装。韩国人通常在重大节日、婴儿一岁生日和婚礼时穿韩服。

⭐ Vietnam

Hanbok là trang phục truyền thống của người dân Hàn Quốc. Hanbok thường được người Hàn Quốc mặc trong các dịp lễ lớn, tiệc thôi nôi của trẻ em và trong các lễ cưới.

LOOKS GOOD ON YOU!

그 옷 잘 어울려요!

geu os jal eoullyeoyo!

그 옷 잘 어울려요!	그 옷 잘 어울려요!
그 옷 잘 어울려요!	그 옷 잘 어울려요!
그 옷 잘 어울려요!	그 옷 잘 어울려요!
그 옷 잘 어울려요!	그 옷 잘 어울려요!
그 옷 잘 어울려요!	그 옷 잘 어울려요!
그 옷 잘 어울려요!	그 옷 잘 어울려요!
그 옷 잘 어울려요!	그 옷 잘 어울려요!
그 옷 잘 어울려요!	그 옷 잘 어울려요!
그 옷 잘 어울려요!	그 옷 잘 어울려요!

ชุดไทย
Chut Thai

Thai traditional dress has a rich history reflecting the country's cultural evolution. Originally, garments varied significantly by region and social status but western influences began to merge with traditional styles, leading to a gradual transformation.

🇰🇷 Korean

태국 전통 의상은 국가의 문화적 발전을 반영하는 풍부한 역사를 가지고 있습니다. 원래 의복은 지역과 사회적 지위에 따라 크게 달랐지만 서구의 영향이 전통 스타일과 융합되기 시작하면서 점진적인 변화를 가져왔습니다.

🇹🇭 Thailand

ชุดไทยมีประวัติศาสตร์อันยาวนานสะท้อนถึงวิวัฒนาการทางวัฒนธรรมของประเทศ เดิมทีเสื้อผ้ามีความแตกต่างกันอย่างมีนัยสำคัญตามภูมิภาคและสถานะทางสังคม และมีอิทธิพลของตะวันตกมาผสานเข้ากับรูปแบบดั้งเดิม นำไปสู่การเปลี่ยนแปลงอย่างค่อยเป็นค่อยไป

⭐ China

泰国传统服饰有着丰富的历史，反映了该国的文化演变。最初，服装因地区和社会地位的不同而有很大差异，但开始西方的影响与传统风格融合，导致逐渐转变。

⭐ Vietnam

Trang phục truyền thống của Thái Lan có lịch sử phong phú phản ánh quá trình phát triển văn hóa của đất nước. Ban đầu, trang phục truyền thống rất khác nhau tùy theo vùng miền và địa vị xã hội. Tuy nhiên sự ảnh hưởng của phương Tây kết hợp với phong cách truyền thống đã mang lại sự thay đổi dần dần trong trang phục.

เสื้อผ้าเข้ากับคุณได้ดี
Šeụ̂xp̄ĥ̃ā k̄ĥễā kạb khuṇ dị̂ dī!

เสื้อผ้าเข้ากับคุณได้ดี	เสื้อผ้าเข้ากับคุณได้ดี
เสื้อผ้าเข้ากับคุณได้ดี	เสื้อผ้าเข้ากับคุณได้ดี
เสื้อผ้าเข้ากับคุณได้ดี	เสื้อผ้าเข้ากับคุณได้ดี
เสื้อผ้าเข้ากับคุณได้ดี	เสื้อผ้าเข้ากับคุณได้ดี
เสื้อผ้าเข้ากับคุณได้ดี	เสื้อผ้าเข้ากับคุณได้ดี
เสื้อผ้าเข้ากับคุณได้ดี	เสื้อผ้าเข้ากับคุณได้ดี
เสื้อผ้าเข้ากับคุณได้ดี	เสื้อผ้าเข้ากับคุณได้ดี
เสื้อผ้าเข้ากับคุณได้ดี	เสื้อผ้าเข้ากับคุณได้ดี
เสื้อผ้าเข้ากับคุณได้ดี	เสื้อผ้าเข้ากับคุณได้ดี

CLOTHES

旗袍
Qípáo

Qipao is a traditional Chinese dress which originated in the 1920s Shanghai fashion scene. The Qipao is characterized by the high collar and straight, form-fitting style and is worn on various occasions, balancing traditional and modern beauty.

Korean

치파오는 1920년대 상하이 패션에서 비롯된 중국의 전통 의상입니다. 치파오는 높은 깃, 쭉 뻗고 딱 붙는 핏이 특징이고 전통과 현대의 아름다움을 고루 갖춰 다양한 때에 입습니다.

Thailand

กี่เพ้าเป็นชุดประจำชาติของจีนที่มีต้นกำเนิดจากวงการแฟชั่นในเซี่ยงไฮ้ในปี 1920 ชุดกี่เพ้ามีลักษณะเฉพาะคือ ปกสูงและรูปทรงที่เข้ารูป ถูกสวมใส่ในโอกาสต่าง ๆ โดยบาลานซ์ความงามแบบดั้งเดิมและทันสมัยได้อย่างลงตัว

China

旗袍是源于1920年代上海时尚的中国传统服装。旗袍具有高领，直挺挺，贴身的特点，兼具传统和现代之美，时时穿戴。

Vietnam

Qipao(sườn sám) là trang phục truyền thống của Trung Quốc, bắt nguồn từ thời trang Thượng Hải những năm 1920. Qipao nổi bật với cổ cao, dáng dài ôm sát cơ thể, vừa mang vẻ đẹp truyền thống vừa hiện đại nên được mặc trong nhiều dịp khác nhau.

衣服很适合你!

Yīfú hěn shìhé nǐ!

衣服很适合你!   衣服很适合你!

衣服很适合你!   衣服很适合你!

衣服很适合你!   衣服很适合你!

衣服很适合你!   衣服很适合你!

衣服很适合你!   衣服很适合你!

衣服很适合你!   衣服很适合你!

衣服很适合你!   衣服很适合你!

衣服很适合你!   衣服很适合你!

衣服很适合你!   衣服很适合你!

Áo Dài

Ao Dai

Ao dai means "long clothes", it refers to clothes worn by women in modern times. It is a very popular piece of clothing and is often used for holidays and events as well as everyday wear, and school uniforms for female students.

Korean

아오자이란 "긴 옷"이란 뜻이며, 여러 민속 의상 중에 현대에는 주로 여성이 입는 옷을 한정하여 가리킵니다. 매우 인기 있는 의상으로, 명절이나 행사, 일상 의상, 여학생 교복 등으로 자주 애용됩니다.

Thailand

อ่าวหญ่ายแปลว่า"เสื้อผ้ายาว" หมายถึงเสื้อผ้าที่ผู้หญิงสวมใส่ในยุคปัจจุบัน เป็นเครื่องแต่งกายที่ได้รับ ความนิยมอย่างมาก และมักใช้ในวันพิเศษ งานพิธีต่างๆในชีวิตประจำวัน และชุดนักเรียนสำหรับนักเรียนหญิง

China

奥黛的意思是"长衣"，现代意味着指定女性所穿的衣服。它是一种非常流行的服装，常用于节日、活动、日常穿的女学生的校服。

Vietnam

Áo dài có nghĩa là "quần áo dài", trong số các trang phục dân tộc ngày nay Áo dài được coi là trang phục chủ yếu dành cho phái nữ. Đây là trang phục rất phổ biến và thường được mặc nhiều trong các ngày lễ, sự kiện, trang phục thường ngày và đồng phục học sinh dành cho nữ sinh.

LOOKS GOOD ON YOU!

Bộ trang phục đó rất hợp với bạn!

Bộ trang phục đó rất hợp với bạn!	Bộ trang phục đó rất hợp với bạn!
Bộ trang phục đó rất hợp với bạn!	Bộ trang phục đó rất hợp với bạn!
Bộ trang phục đó rất hợp với bạn!	Bộ trang phục đó rất hợp với bạn!
Bộ trang phục đó rất hợp với bạn!	Bộ trang phục đó rất hợp với bạn!
Bộ trang phục đó rất hợp với bạn!	Bộ trang phục đó rất hợp với bạn!
Bộ trang phục đó rất hợp với bạn!	Bộ trang phục đó rất hợp với bạn!
Bộ trang phục đó rất hợp với bạn!	Bộ trang phục đó rất hợp với bạn!
Bộ trang phục đó rất hợp với bạn!	Bộ trang phục đó rất hợp với bạn!
Bộ trang phục đó rất hợp với bạn!	Bộ trang phục đó rất hợp với bạn!

김치
Kimchi

Kimchi is a traditional Korea side dish eaten with almost every Korean meal, consisting of salted and fermented vegetables. There are hundreds of different types of kimchi made with different vegetables as the main ingredient.

Korean

김치는 매끼마다 반찬으로 먹는 절여지고 발효된 채소로 만든 전통 음식입니다. 한국에는 다양한 채소를 주재료로 하는 수백 가지의 김치가 존재합니다.

Thailand

กิมจิเป็นเครื่องเคียงแบบดั้งเดิมของเกาหลีที่รับประทานร่วมกับอาหารเกาหลี เกือบทุกมื้อทำจากผักดองมีรสเค็มและเปรี้ยว มีกิมจิหลายร้อยชนิดที่ทำจากผักหลายชนิดเป็นส่วนประกอบหลัก

China

辛奇是一种传统的韩国配菜，几乎每顿韩国餐都会吃到，由腌制和发酵的蔬菜组成。以不同蔬菜为主要原料制成的辛奇有数百种。

Vietnam

Kimchi là món ăn truyền thống của Hàn Quốc được ăn trong hầu hết các bữa ăn của người Hàn Quốc, nguyên liệu chính bao gồm rau cải thảo ngâm muối và được lên men. Hàn Quốc, có hàng trăm loại kim chi khác nhau với nguyên liệu chính là các loại rau củ.

IT IS REALLY DELICIOUS

정말 맛있어요.

jeongmal mas-iss-eoyo

정말 맛있어요.   정말 맛있어요.

정말 맛있어요.   정말 맛있어요.

정말 맛있어요.   정말 맛있어요.

정말 맛있어요.   정말 맛있어요.

정말 맛있어요.   정말 맛있어요.

정말 맛있어요.   정말 맛있어요.

정말 맛있어요.   정말 맛있어요.

정말 맛있어요.   정말 맛있어요.

정말 맛있어요.   정말 맛있어요.

น้ำพริก

Nam Prik

Nam Prik, or Thai chili paste, is a type of Thai spicy chili sauce. Nam Prik sauces are normally served in small saucers with the main dish.

🇰🇷 Korean

남프릭은 태국의 고추장으로 보통 주요리 옆에 작은 소스 그릇에 담겨 제공됩니다.

🇹🇭 Thailand

น้ำพริกเป็นอาหารไทยประเภทเครื่องจิ้มชนิดหนึ่งส่วนใหญ่ใช้รับประทานคู่กับผักสด

🇨🇳 China

Nam Prik，或泰式辣椒酱，是一种泰式辣酱。 Nam Prig 酱通常盛在主菜旁边的小碟子上。

⭐ Vietnam

Nam prik, hay tương ớt Thái Lan, thường được phục vụ trong chén nhỏ đi kèm bên cạnh các món ăn chính.

มันอร่อยจริงๆ

Mạn x̀xy cring

มันอร่อยจริงๆ   มันอร่อยจริงๆ

มันอร่อยจริงๆ   มันอร่อยจริงๆ

มันอร่อยจริงๆ   มันอร่อยจริงๆ

มันอร่อยจริงๆ   มันอร่อยจริงๆ

มันอร่อยจริงๆ   มันอร่อยจริงๆ

มันอร่อยจริงๆ   มันอร่อยจริงๆ

มันอร่อยจริงๆ   มันอร่อยจริงๆ

มันอร่อยจริงๆ   มันอร่อยจริงๆ

มันอร่อยจริงๆ   มันอร่อยจริงๆ

满汉全席
Mǎnhàn Quánxí

Manchu-Han Imperial Feast refers to a style of cooking and a type of grand banquet that combines elements of Manchu and Han's Chinese cuisine developed in the Qing dynasty of China.

Korean

만한전석은 만주와 한나라의 음식이 합쳐진 청나라 시대의 대연회 양식과 조리 방식을 가리킵니다.

Thailand

ชุดอาหารแบบจักรพรรดิแมนจู-ฮั่น
หมายถึงสไตล์การทำอาหารและงานเลี้ยงใหญ่ประเภทหนึ่งที่ผสมผสาน
องค์ประกอบของอาหารจีนแมนจู-ฮั่นที่พัฒนาขึ้นในราชวงศ์ชิงของจีน

China

满汉全席是指满族和汉朝饮食相结合的清朝大宴会样式和烹饪方式。

Vietnam

Đại tiệc hoàng gia Mãn Châu-Hán là một đại tiệc lớn nói đến phương pháp chế biến các món ăn của triều đại nhà Thanh, kết hợp giữa ẩm thực Mãn Châu và ẩm thực Hán Quốc.

IT IS REALLY DELICIOUS

很好吃
hěn hào chī

很好吃。 很好吃。

很好吃。 很好吃。

很好吃。 很好吃。

很好吃。 很好吃。

很好吃。 很好吃。

很好吃。 很好吃。

很好吃。 很好吃。

很好吃。 很好吃。

很好吃。 很好吃。

Bún Chả
Bun Cha

Bun cha is a Vietnamese dish of grilled pork and noodles. Bun cha is served with grilled fatty pork over a plate of white rice noodles and herbs with a side dish of dipping sauce.

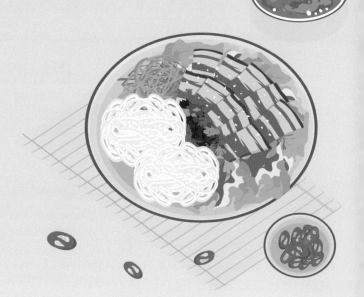

Korean

분짜는 구운 돼지고기 국수입니다. 분짜는 하얀 쌀국수 위에 구운 두툼한 돼지고기를 올려서 찍어 먹는 허브 소스와 함께 제공되는 음식입니다.

Thailand

Bun cha(บุ๋น-จ่า) เป็นอาหารเวียดนามซึ่งประกอบด้วยหมูย่างและเส้นขนมจีน บุ๋น-จ่า ประกอบด้วยขนมจีนที่ทำจากข้าวเสิร์ฟพร้อมกับหมูย่างที่หมักในเครื่องปรุงรส ให้เข้มข้นและมีรสชาติกลมกล่อม พร้อมเครื่องเคียงและน้ำจิ้ม

China

Bun cha 是一道越南菜，由烤猪肉和面条组成。白米线上面放上烤好的猪肉，蘸着香草酱吃的。肉跟酱油一起提供。

Vietnam

Bún chả là một món ăn nổi tiếng của Việt Nam, bao gồm bún gạo và thịt lợn nướng. Bún chả được ăn kèm với thịt lợn nướng cùng bún gạo trắng kèm theo rau thơm và nước chấm.

Thật sự rất ngon

Thật sự rất ngon	Thật sự rất ngon
Thật sự rất ngon	Thật sự rất ngon
Thật sự rất ngon	Thật sự rất ngon
Thật sự rất ngon	Thật sự rất ngon
Thật sự rất ngon	Thật sự rất ngon
Thật sự rất ngon	Thật sự rất ngon
Thật sự rất ngon	Thật sự rất ngon
Thật sự rất ngon	Thật sự rất ngon
Thật sự rất ngon	Thật sự rất ngon

Where is my thumb?

Korea

엄지 어디 있나?
eomji eodi issna?

엄지 어디 있나
(eomji eodi issna)
Where is Thumb?

엄지 어디 있나
(eomji eodi issna)
Where is Thumb?

여기 여기 있죠
(yeogi yeogi issjyo)
Here I am.

여기 여기 있죠
(yeogi yeogi issjyo)
Here I am.

반갑다고 안녕
(bangapdago annyeong)
How are you today sir?

또 만나요 안녕
(tto mannayo annyeong)
Very well I thank you.

들어간다
(deureoganda)
Run away.

들어간다
(deureoganda)
Run away.

Let's write the names of our fingers.

Thumb 엄지(eomji)	엄지	엄지	엄지
Index Finger 검지(geomji)	검지	검지	검지
Middle Finger 중지(jungji)	중지	중지	중지
Ring Finger 약지(yakji)	약지	약지	약지
Little Finger 새끼(saekki)	새끼	새끼	새끼

นิ้วโป้งอยู่ไหน?
Nîw pông xyū̀ ḥịn?

นิ้วโป้งอยู่ไหน?
(Nîw pông xyū̀ ḥịn?)
Where is Thumb?

นิ้วโป้งอยู่ไหน?
(Nîw pông xyū̀ ḥịn?)
Where is Thumb?

อยู่นี่จ๊ะ
(Xyū̀ nî ća)
Here I am.

อยู่นี่จ๊ะ
(Xyū̀ nî ća)
Here I am.

สุขสบายดีหรือไร? สุขสบายดีหรือไร? ไปก่อนนะ ไปก่อนนะ
(Šuḳh šbāy dī ḥrụ̄x rị?) (Šuḳh šbāy dī ḥrụ̄x rị?) (Pị k̀xn na) (Pị k̀xn na)
How are you today sir? How are you today sir? Run away. Run away.

Let's write the names of our fingers.

Thumb นิ้วหัวแม่มือ (Nîw ḥạw màe mụ̄x)	นิ้วหัวแม่มือ	นิ้วหัวแม่มือ	นิ้วหัวแม่มือ
Index Finger นิ้วชี้ (Nîw chī̂)	นิ้วชี้	นิ้วชี้	นิ้วชี้
Middle Finger นิ้วกลาง (Nîw klāng)	นิ้วกลาง	นิ้วกลาง	นิ้วกลาง
Ring Finger นิ้วนาง (Nîw nāng)	นิ้วนาง	นิ้วนาง	นิ้วนาง
Little Finger นิ้วก้อย (Nîw k̂xy)	นิ้วก้อย	นิ้วก้อย	นิ้วก้อย

Where is my thumb?

大拇指在哪里？
Dà mǔzhǐ zài nǎlǐ?

大拇指在哪里？
(Dà mǔzhǐ zài nǎlǐ?)
Where is Thumb?

大拇指在哪里？
(Dà mǔzhǐ zài nǎlǐ?)
Where is Thumb?

我在这里
(Wǒ zài zhèlǐ)
Here I am.

我在这里
(Wǒ zài zhèlǐ)
Here I am.

你好吗
(Nǐ hǎo ma)
How are you today sir?

再见，谢谢
(Zàijiàn, xièxiè)
Very well I thank you.

逃跑
(Táopǎo)
Run away.

逃跑
(Táopǎo)
Run away.

Let's write the names of our fingers.

Thumb 拇指(Mǔzhǐ)	拇指	拇指	拇指
Index Finger 食指(Shízhǐ)	食指	食指	食指
Middle Finger 中指(Zhōngzhǐ)	中指	中指	中指
Ring Finger 无名指(Wúmíngzhǐ)	无名指	无名指	无名指
Little Finger 小指(Xiǎozhǐ)	小指	小指	小指

Ngón tay cái ở đâu?

Ngón tay cái ở đâu?

Ngón tay cái ở đâu? Ngón tay cái ở đâu?   tôi ở đây   tôi ở đây
Where is Thumb?   Where is Thumb?   Here I am.   Here I am.

Xin chào, rất vui vì được gặp   Xin chào, hẹn gặp lại!   chạy trốn   chạy trốn
How are you today sir?   How are you today sir?   Run away.   Run away.

Let's write the names of our fingers.

Thumb ngón tay cái	ngón tay cái	ngón tay cái	ngón tay cái
Index Finger ngón tay trỏ	ngón tay trỏ	ngón tay trỏ	ngón tay trỏ
Middle Finger ngón tay giữa	ngón tay giữa	ngón tay giữa	ngón tay giữa
Ring Finger ngón tay áp út	ngón tay áp út	ngón tay áp út	ngón tay áp út
Little Finger ngón tay út	ngón tay út	ngón tay út	ngón tay út

Let's write some words in the song.

🇰🇷 Korea

반짝 반짝 작은 별
banjjak banjjak jageunbyeol

반짝 반짝 작은 별
(banjjak banjjak jageunbyeol)
Twinkle twinkle little star,

아름답게 비추네
(areumdapge bichune)
How I wonder what you are

서쪽 하늘에서도
(seojjok haneureseodo)
up above the world so high,

동쪽 하늘에서도
(dongjjok haneureseodo)
like a diamond in the sky

반짝 반짝 작은 별
(banjjak banjjak jageunbyeol)
Twinkle twinkle little star,

아름답게 비추네
(areumdapge bichune)
How I wonder what you are

Let's write the names of our fingers.

twinkle twinkle 반짝 반짝 (banjjak banjjak)	반짝 반짝	반짝 반짝	반짝 반짝
little star 작은 별 (jageunbyeol)	작은 별	작은 별	작은 별

ดาวดวงน้อยกระพริบวิบวาว

Dāw duang noy kra phrib wib wāw

ดาวดวงน้อยกระพริบวิบวาว
(Dāw duang noy kra phrib wib wāw)
Twinkle twinkle little star,

อยากรู้จังเธอคือสิ่งใด
(Xyāk rū̂ cạng thex khụ̄x sìng dı)
How I wonder what you are

เหนือพื้นโลกที่สูงขึ้นไป
(H̄enụ̄x phụ̄̂n lok thī̀ s̄ūng k̄hụ̂n pị)
up above the world so high,

ดังเพชรพราวบนฟากฟ้าไกล
(Dạng phechr phrāw bn fāk f̄̂a kịl)
like a diamond in the sky

ดาวดวงน้อยกระพริบวิบวาว
(Dāw duang noy kra phrib wib wāw)
Twinkle twinkle little star,

อยากรู้จังเธอคือสิ่งใด
(Xyāk rū̂ cạng thex khụ̄x sìng dı)
How I wonder what you are

Let's write the names of our fingers.

twinkling กระพริบวิบวาว (kra phrib wib wāw)	กระพริบวิบวาว	กระพริบวิบวาว	กระพริบวิบวาว
little star ดาวดวงน้อย (Dāw duang noy)	ดาวดวงน้อย	ดาวดวงน้อย	ดาวดวงน้อย

Let's write some words in the song.

China

一闪一闪亮晶晶
Yī shǎn yī shǎn liàng jīng jīng

一闪一闪亮晶晶/一閃一閃亮晶晶
(Yī shǎn yī shǎn liàng jīng jīng)
Twinkle twinkle little star,

满天都是小星星/滿天都是小星星
(Mǎn tiān dōu shì xiǎo xīng xīng)
How I wonder what you are

挂在天空放光明/掛在天空放光明
(Guà zài tiān kōng fàng guāng míng)
up above the world so high,

好像许多小眼睛/好像很多小眼睛
(Hǎo xiàng xǔ duō xiǎo yǎn jīng)
like a diamond in the sky

一闪一闪亮晶晶/一閃一閃亮晶晶
(Yī shǎn yī shǎn liàng jīng jīng)
Twinkle twinkle little star,

满天都是小星星/滿天都是小星星
(Mǎn tiān dōu shì xiǎo xīng xīng)
How I wonder what you are

Let's write the names of our fingers.

twinkle twinkle 一闪一闪 (Yī shǎn)	一闪一闪	一闪一闪	一闪一闪
little star 小星星 (xiǎo xīng xīng)	小星星	小星星	小星星

Ngôi sao nhỏ

Ngón tay cái ở đâu?

Lấp lánh lấp lánh ngôi sao nhỏ
Twinkle twinkle little star,

Chiếu sáng lung linh thật là đẹp ?
How I wonder what you are

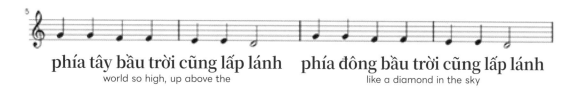

phía tây bầu trời cũng lấp lánh
world so high, up above the

phía đông bầu trời cũng lấp lánh
like a diamond in the sky

Lấp lánh lấp lánh ngôi sao nhỏ
Twinkle twinkle little star,

Chiếu sáng lung linh thật là đẹp ?
How I wonder what you are

Let's write the names of our fingers.

tiny star ngôi sao nhỏ	ngôi sao nhỏ	ngôi sao nhỏ	ngôi sao nhỏ
in the sky trên bầu trời	trên bầu trời	trên bầu trời	trên bầu trời

HELLO / GOODBYE

	안녕하세요./안녕히 가세요.		
안녕(하세요)	안녕하세요./안녕히 가세요.		
	안녕하세요./안녕히 가세요.		
สวัสดี Sa-wat-dee	สวัสดี	สวัสดี	สวัสดี
	สวัสดี	สวัสดี	สวัสดี
你好/再见 Nǐ hǎo/Zàijiàn	你好/再见	你好/再见	你好/再见
	你好/再见	你好/再见	你好/再见
Xin chào /tạm biệt	Xin chào /tạm biệt	Xin chào /tạm biệt	Xin chào /tạm biệt
	Xin chào /tạm biệt	Xin chào /tạm biệt	Xin chào /tạm biệt

감사합니다	감사합니다	감사합니다	감사합니다
	감사합니다	감사합니다	감사합니다
ขอบคุณ Khop-khun	ขอบคุณ	ขอบคุณ	ขอบคุณ
	ขอบคุณ	ขอบคุณ	ขอบคุณ
谢谢 Xièxie	谢谢	谢谢	谢谢
	谢谢	谢谢	谢谢
Xin cảm ơn	Xin cảm ơn	Xin cảm ơn	Xin cảm ơn
	Xin cảm ơn	Xin cảm ơn	Xin cảm ơn

SORRY / EXCUSE ME

죄송합니다.	죄송합니다.	죄송합니다.	죄송합니다.
	죄송합니다.	죄송합니다.	죄송합니다.
ขอโทษ Kho-thot	ขอบคุณ	ขอบคุณ	ขอบคุณ
	ขอบคุณ	ขอบคุณ	ขอบคุณ
对不起 Duìbùqǐ	对不起	对不起	对不起
	对不起	对不起	对不起
Xin lỗi	Xin lỗi	Xin lỗi	Xin lỗi
	Xin lỗi	Xin lỗi	Xin lỗi

YES / NO

	네. / 아니오.	네. / 아니오.	네. / 아니오.
네. / 아니오.	네. / 아니오.	네. / 아니오.	네. / 아니오.
ใช่/ไม่ใช่ Chai/Mai-chai	ใช่/ไม่ใช่	ใช่/ไม่ใช่	ใช่/ไม่ใช่
	ใช่/ไม่ใช่	ใช่/ไม่ใช่	ใช่/ไม่ใช่
是/不是 Shì/Búshì	是/不是	是/不是	是/不是
	是/不是	是/不是	是/不是
Có/không	Có/không	Có/không	Có/không
	Có/không	Có/không	Có/không

HOW MUCH IS IT?

얼마예요?	얼마예요?	얼마예요?	얼마예요?
	얼마예요?	얼마예요?	얼마예요?
ราคาเท่าไหร่ Ra-kha thao-rai?	ราคาเท่าไหร่	ราคาเท่าไหร่	ราคาเท่าไหร่
	ราคาเท่าไหร่	ราคาเท่าไหร่	ราคาเท่าไหร่
多少钱? Duōshanqián?	多少钱?	多少钱?	多少钱?
	多少钱?	多少钱?	多少钱?
Cái này bao nhiêu?	Cái này bao nhiêu?	Cái này bao nhiêu?	Cái này bao nhiêu?
	Cái này bao nhiêu?	Cái này bao nhiêu?	Cái này bao nhiêu?

WHERE IS THE BATHROOM?

화장실 어디에요?	화장실 어디에요?	화장실 어디에요?	화장실 어디에요?
	화장실 어디에요?	화장실 어디에요?	화장실 어디에요?
ห้องน้ำอยู่ที่ไหน? (Hong-nam yoo tee-nai?)	ห้องน้ำอยู่ที่ไหน?	ห้องน้ำอยู่ที่ไหน?	ห้องน้ำอยู่ที่ไหน?
	ห้องน้ำอยู่ที่ไหน?	ห้องน้ำอยู่ที่ไหน?	ห้องน้ำอยู่ที่ไหน?
洗手间在哪儿? Xǐshǒujiān zàinǎr?	洗手间在哪儿?	洗手间在哪儿?	洗手间在哪儿?
	洗手间在哪儿?	洗手间在哪儿?	洗手间在哪儿?
Nhà vệ sinh ở đâu?	Nhà vệ sinh ở đâu?	Nhà vệ sinh ở đâu?	Nhà vệ sinh ở đâu?
	Nhà vệ sinh ở đâu?	Nhà vệ sinh ở đâu?	Nhà vệ sinh ở đâu?

도와주세요!	도와주세요!	도와주세요!	도와주세요!
	도와주세요!	도와주세요!	도와주세요!
ช่วยด้วย (Chuai-duai!)	ช่วยด้วย	ช่วยด้วย	ช่วยด้วย
	ช่วยด้วย	ช่วยด้วย	ช่วยด้วย
帮忙! Bàngmáng	帮忙!	帮忙!	帮忙!
	帮忙!	帮忙!	帮忙!
Giúp tôi với!	Giúp tôi với!	Giúp tôi với!	Giúp tôi với!
	Giúp tôi với!	Giúp tôi với!	Giúp tôi với!

I DON'T UNDERSTAND

모르겠어요.	모르겠어요.	모르겠어요.	모르겠어요.
	모르겠어요.	모르겠어요.	모르겠어요.
ฉันไม่เข้าใจ (Chan mai khao-jai)	ฉันไม่เข้าใจ	ฉันไม่เข้าใจ	ฉันไม่เข้าใจ
	ฉันไม่เข้าใจ	ฉันไม่เข้าใจ	ฉันไม่เข้าใจ
不知道 Bùzhìdào	不知道	不知道	不知道
	不知道	不知道	不知道
Tôi không biết	Tôi không biết	Tôi không biết	Tôi không biết
	Tôi không biết	Tôi không biết	Tôi không biết

 Korea

1	하나 hana	하나	하나	하나	하나
2	둘 dul	둘	둘	둘	둘
3	셋 set	셋	셋	셋	셋
4	넷 net	넷	넷	넷	넷
5	다섯 daseot	다섯	다섯	다섯	다섯
6	여섯 yeoseot	여섯	여섯	여섯	여섯
7	일곱 ilgop	일곱	일곱	일곱	일곱
8	여덟 yeoteolp	여덟	여덟	여덟	여덟
9	아홉 ahop	아홉	아홉	아홉	아홉
10	열 yeol	열	열	열	열

1	**หนึ่ง** nèung	หนึ่ง	หนึ่ง	หนึ่ง	หนึ่ง
2	**สอง** sǒng	สอง	สอง	สอง	สอง
3	**สาม** sǎm	สาม	สาม	สาม	สาม
4	**สี่** sèe	สี่	สี่	สี่	สี่
5	**ห้า** hâa	ห้า	ห้า	ห้า	ห้า
6	**หก** hòk	หก	หก	หก	หก
7	**เจ็ด** jèt	เจ็ด	เจ็ด	เจ็ด	เจ็ด
8	**แปด** bpàet	แปด	แปด	แปด	แปด
9	**เก้า** gâo	เก้า	เก้า	เก้า	เก้า
10	**สิบ** sìp	สิบ	สิบ	สิบ	สิบ

1	一 Yī	一	一	一	一
2	二 Èr	二	二	二	二
3	三 Sān	三	三	三	三
4	四 Sì	四	四	四	四
5	五 Wǔ	五	五	五	五
6	六 Liù	六	六	六	六
7	七 Qī	七	七	七	七
8	八 Bā	八	八	八	八
9	九 Jiǔ	九	九	九	九
10	十 Shí	十	十	十	十

1	một	một	một	một	một
2	hai	hai	hai	hai	hai
3	ba	ba	ba	ba	ba
4	bốn	bốn	bốn	bốn	bốn
5	năm	năm	năm	năm	năm
6	sáu	sáu	sáu	sáu	sáu
7	bảy	bảy	bảy	bảy	bảy
8	tám	tám	tám	tám	tám
9	chín	chín	chín	chín	chín
10	mười	mười	mười	mười	mười

 **Trace the words**

 Korea

CONSONANT

ㄱ [g]

ㄴ [n]

ㄷ [t]

ㄹ [r]

ㅁ [m]

ㅂ [b]

ㅅ [s]

ㅇ [ng]

ㅈ [j]

ㅊ [ch]

ㅋ [kh]

ㅍ [p]

ㅎ [h]

DOUBLE CONSONANT

ㄲ [kk]

ㄸ [t]

ㅃ [pp]

ㅆ [sh]

ㅉ [tch]

VOWELS

ㅏ [a]

ㅑ [ya]

ㅓ [eo]

ㅕ [yeo]

ㅗ [o]

ㅛ [yo]

ㅜ [u]

ㅡ [eu]

ㅣ [i]

DIPHTHONG

ㅐ   [ae]

ㅔ   [e]

ㅖ   [ye]

ㅘ   [wa]

ㅙ   [wae]

ㅘ   [wa]

ㅚ   [oe]

ㅝ   [wo]

ㅞ   [we]

ㅟ   [wi]

ㅢ   [ui]

CONSONANT

ก [k/k]

ข [kh/k]

ฃ [kh/k]

ค [kh/k]

ฅ [kh/k]

ฆ [kh/k]

ง [ng/ng]

จ [ch/t]

ฉ [ch/-]

ช [ch/t]

ซ [s/t]

ฌ [ch/-]

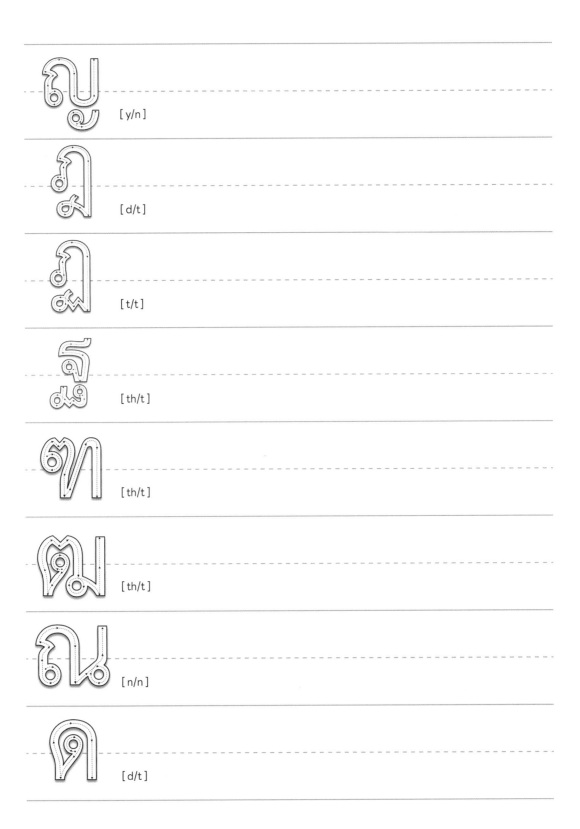

[y/n]

[d/t]

[t/t]

[th/t]

[th/t]

[th/t]

[n/n]

[d/t]

[t/t]

[th/t]

[th/t]

[th/t]

[n/n]

[b/p]

[p/p]

[ph/-]

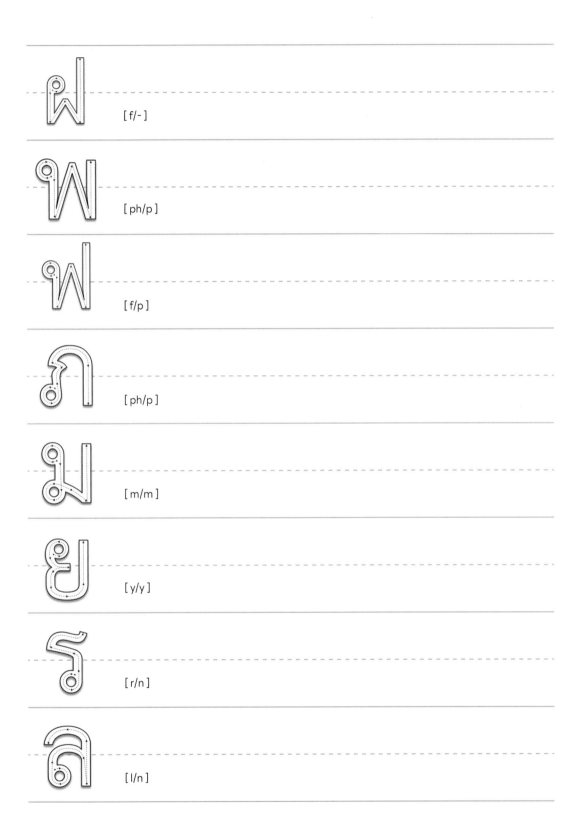

ฝ   [f/-]

พ   [ph/p]

ฟ   [f/p]

ภ   [ph/p]

ม   [m/m]

ย   [y/y]

ร   [r/n]

ล   [l/n]

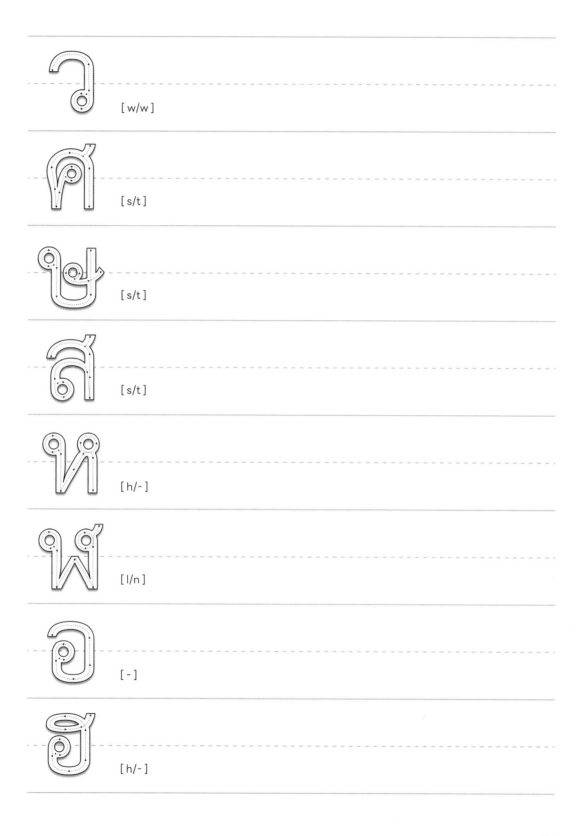

ว   [w/w]

ศ   [s/t]

ษ   [s/t]

ส   [s/t]

ห   [h/-]

ฬ   [l/n]

อ   [-]

ฮ   [h/-]

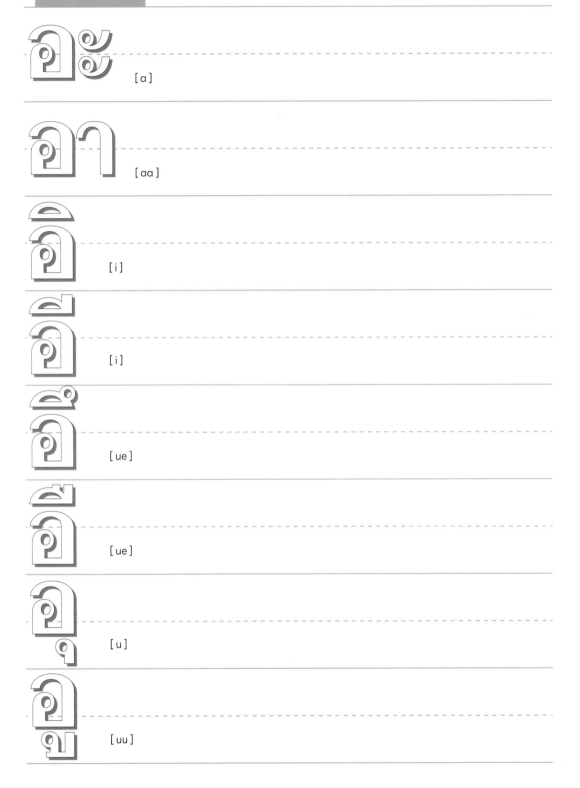

[a]

[aa]

[i]

[i]

[ue]

[ue]

[u]

[uu]

เอะ [e]

เอ [ee]

แอะ [ae]

แอ [ae]

โอะ [o]

โอ [oo]

เอาะ [ao]

ออ [aao]

เออะ [oe]

เออ [oee]

เอียะ [ia]

เอีย [iaa]

เอือะ [uea]

เอือ [uea]

อัวะ [uea]

อัว [uea]

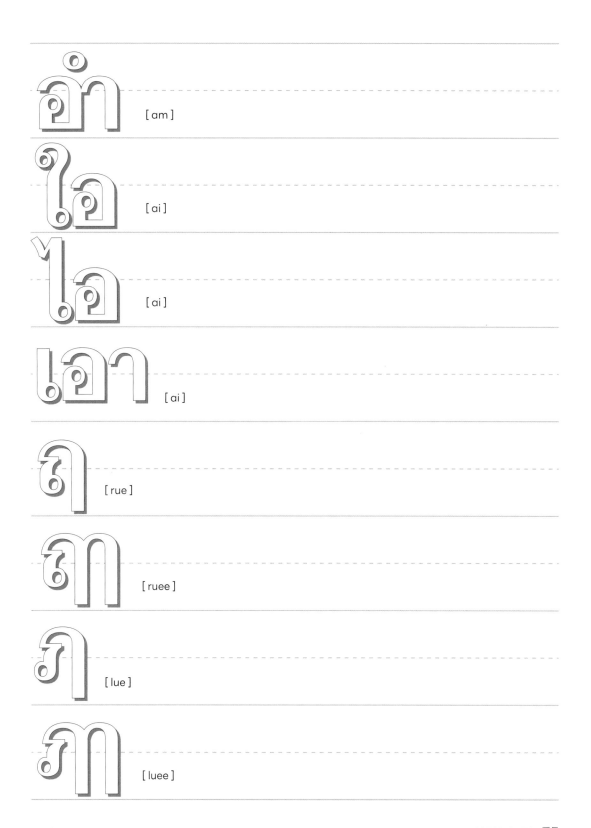

ำ [am]

ใ [ai]

ไ [ai]

เา [ai]

ฤ [rue]

ฤๅ [ruee]

ฦ [lue]

ฦๅ [luee]

ALPHABETS

A a

Ă ă

Â â

B b

C c

D d

Đ đ

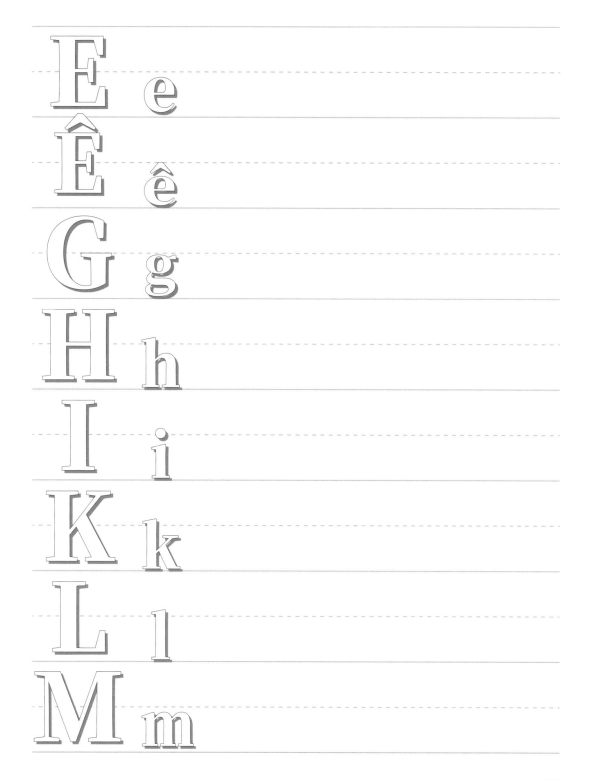

E e

Ê ê

G g

H h

I i

K k

L l

M m

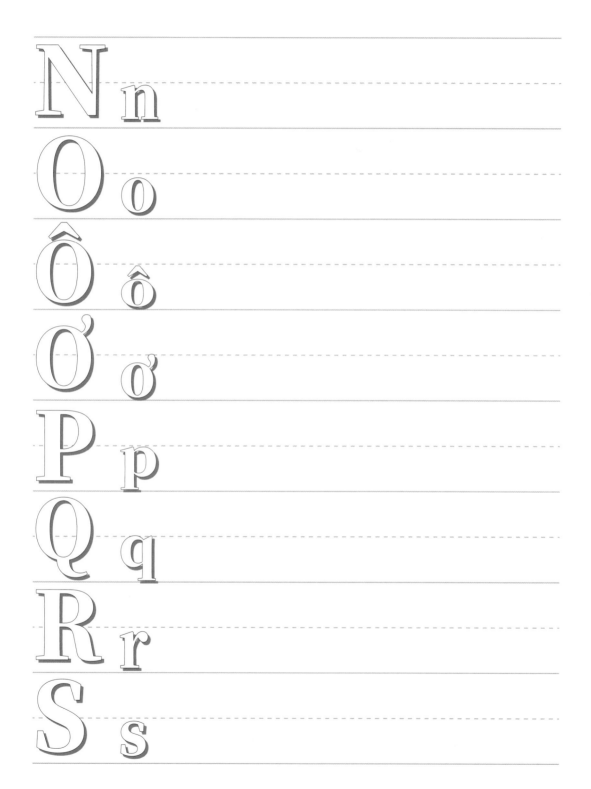

N n

O o

Ô ô

Ở ở

P p

Q q

R r

S s

T t

U u

Ư ư

V v

X x

Y y

고금고등학교 이중언어 동아리

고금고등학교 이중언어 동아리는 언어를 학습하는 경험을 통해 다른 문화와
사고방식을 이해하고 존중하는 능력을 기르고 다문화 가정 학생들의 이중언어 습득을
독려하고 홍보하는 역할을 하고 있습니다. 2024년, 올해는 태국어를 목표로 하여 태국
원어민 선생님과 태국어를 배우고 있고 이중언어 게시판을 통해 교내 학생들에게
태국의 문화와 언어를 소개하고 다문화의 날을 운영하는 등 다문화 친화적인 학교를
만들고자 노력하고 있습니다.

다문화 감수성 함양을 위한
4개 국어 익힘책
한국·태국·중국·베트남

초판 1쇄 인쇄 2024년 11월 25일
초판 1쇄 발행 2024년 11월 27일

지은이 고금고등학교 이중언어 동아리

펴낸이 임태순
펴낸곳 도서출판 행복

총괄진행 신성종
디자인 문지현

출판등록 2018년 5월 17일 제2018-000087호
주소 경기도 고양시 일산서구 탄현로 136
전자우편 hang-book@naver.com
블로그 blog.naver.com/hang-book
전화 031-979-2826 팩스 0303-3442-2826

ISBN 979-11-988173-2-7 13730
가격 16,800원

다문화 감수성 함양을 위한
4개 국어 익힘책

한국·태국·중국·베트남

값 16,800원

ISBN 979-11-988173-2-7 13730